First Picture Dictionary
Animals
Unang Larawan na Diksyunaryo
Mga Hayop

Pig
Baboy

Rabbit
Kuneho

Butterfly
Paru-paro

Fox
Soro

Illustrated by Anna Ivanir

www.kidkiddos.com
Copyright ©2025 by KidKiddos Books Ltd.
support@kidkiddos.com

All rights reserved. No part of this book may be reproduced in any form or by any electronic or mechanical means, including information storage and retrieval systems, without written permission from the publisher, except in the case of a reviewer, who may quote brief passages embodied in critical articles or in a review.
First edition, 2025

Library and Archives Canada Cataloguing in Publication
First Picture Dictionary - Animals (English Tagalog Bilingual edition)
ISBN: 978-1-83416-774-9 paperback
ISBN: 978-1-83416-775-6 hardcover
ISBN: 978-1-83416-773-2 eBook

Wild Animals
Mga Mababangis na Hayop

Lion
Leon

Tiger
Tigre

Giraffe
Giraffe

✦ A giraffe is the tallest animal on land.
✦ *Ang giraffe ang pinakamataas na hayop sa lupa.*

Elephant
Elepante

Monkey
Unggoy

Wild Animals
Mga Mababangis na Hayop

Hippopotamus
Hippopotamus

Panda
Panda

Fox
Soro

Rhino
Rinoceronte

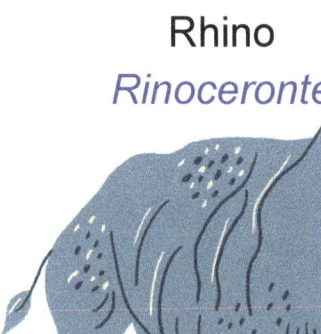

Deer
Usa

Moose
Moose

Wolf
Lobo

✦A moose is a great swimmer and can dive underwater to eat plants!
✦*Ang moose ay mahusay lumangoy at kayang sumisid sa ilalim ng tubig upang kumain ng mga halaman!*

Squirrel
Ardilya

Koala
Koala
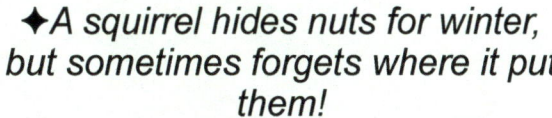

✦A squirrel hides nuts for winter, but sometimes forgets where it put them!
✦*Ang ardilya ay nagtatago ng mga mani para sa panahon ng taglamig, ngunit minsan nakakalimutan kung saan niya inilagay ang mga ito!*

Gorilla
Gorilya

Pets
Mga Alagang Hayop

Canary
Canary

✦ A frog can breathe through its skin as well as its lungs!
✦ *Ang palaka ay kayang huminga gamit ang balat nito pati na rin ang baga!*

Guinea Pig
Guinea pig

Frog
Palaka

Hamster
Hamster

Goldfish
Goldfish

Dog
Aso

◆ *Some parrots can copy words and even laugh like a human!*

◆ *Ang ilang parrot ay kayang gumaya ng mga salita at tumawa na parang tao!*

Parrot
Parrot

Cat
Pusa

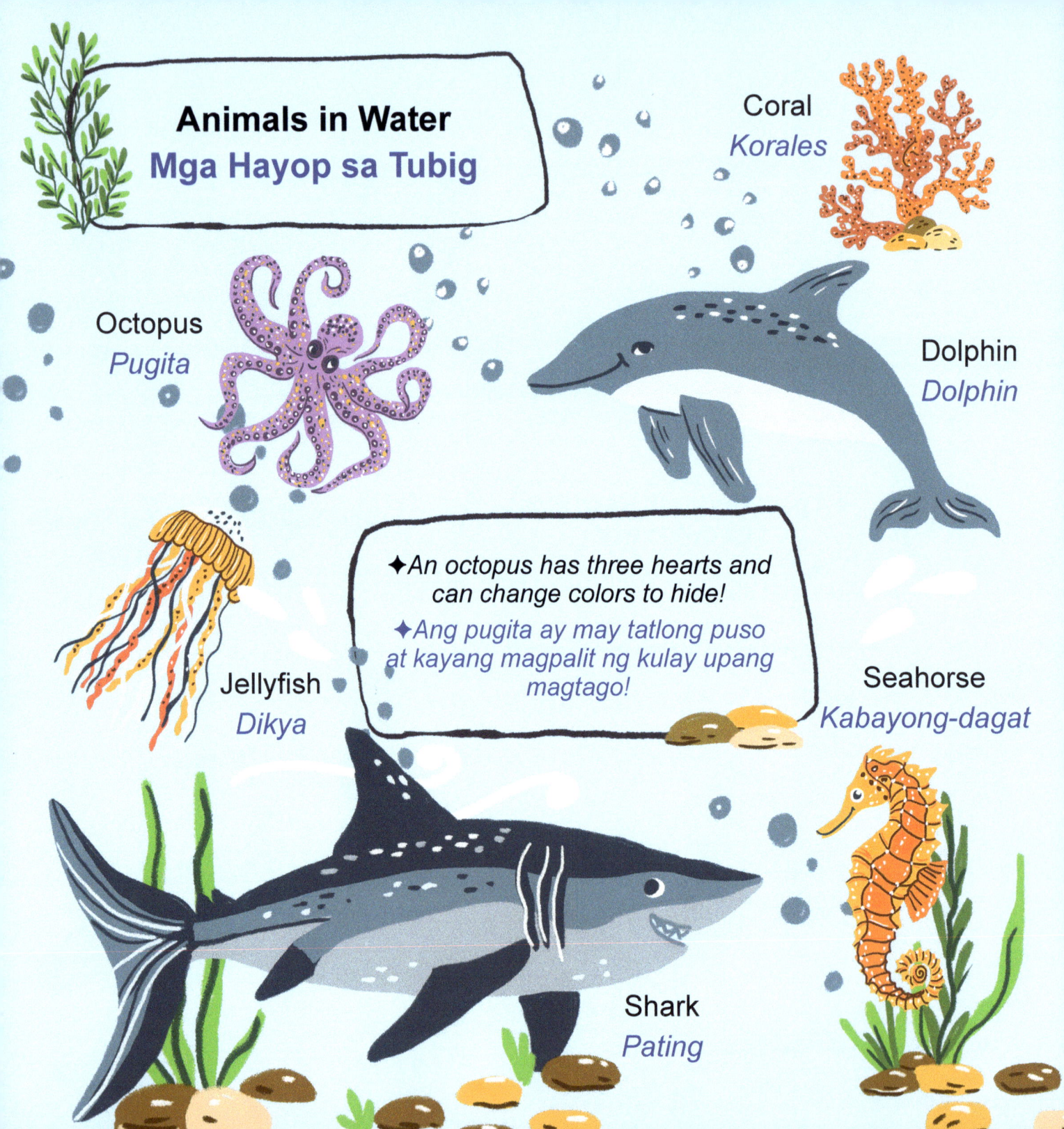

Mosquito
Lamok

Dragonfly
Tutubi

✦A dragonfly was one of the first insects on Earth, even before dinosaurs!

✦*Ang tutubi ay isa sa mga unang insekto sa mundo, bago pa man ang mga dinosaur!*

Bee
Bubuyog

Butterfly
Paru-paro

Ladybug
Ladybug

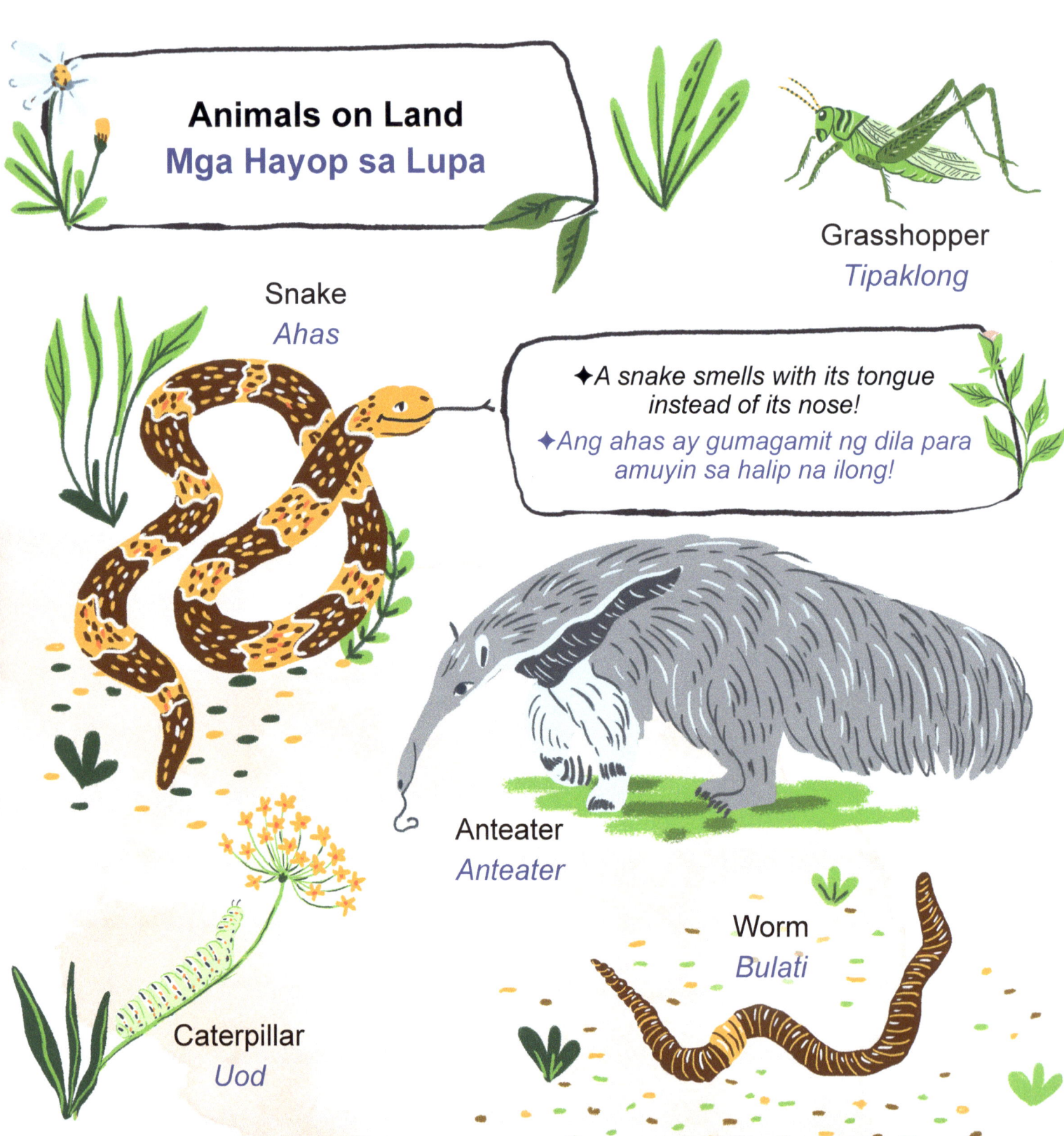

Badger
Badger

Porcupine
Urong

Groundhog
Daga sa lupa

◆ *A lizard can grow a new tail if it loses one!*
◆ *Ang butiki ay kayang tumubo muli ng buntot kapag ito'y naputol!*

Lizard
Butiki

Ant
Langgam

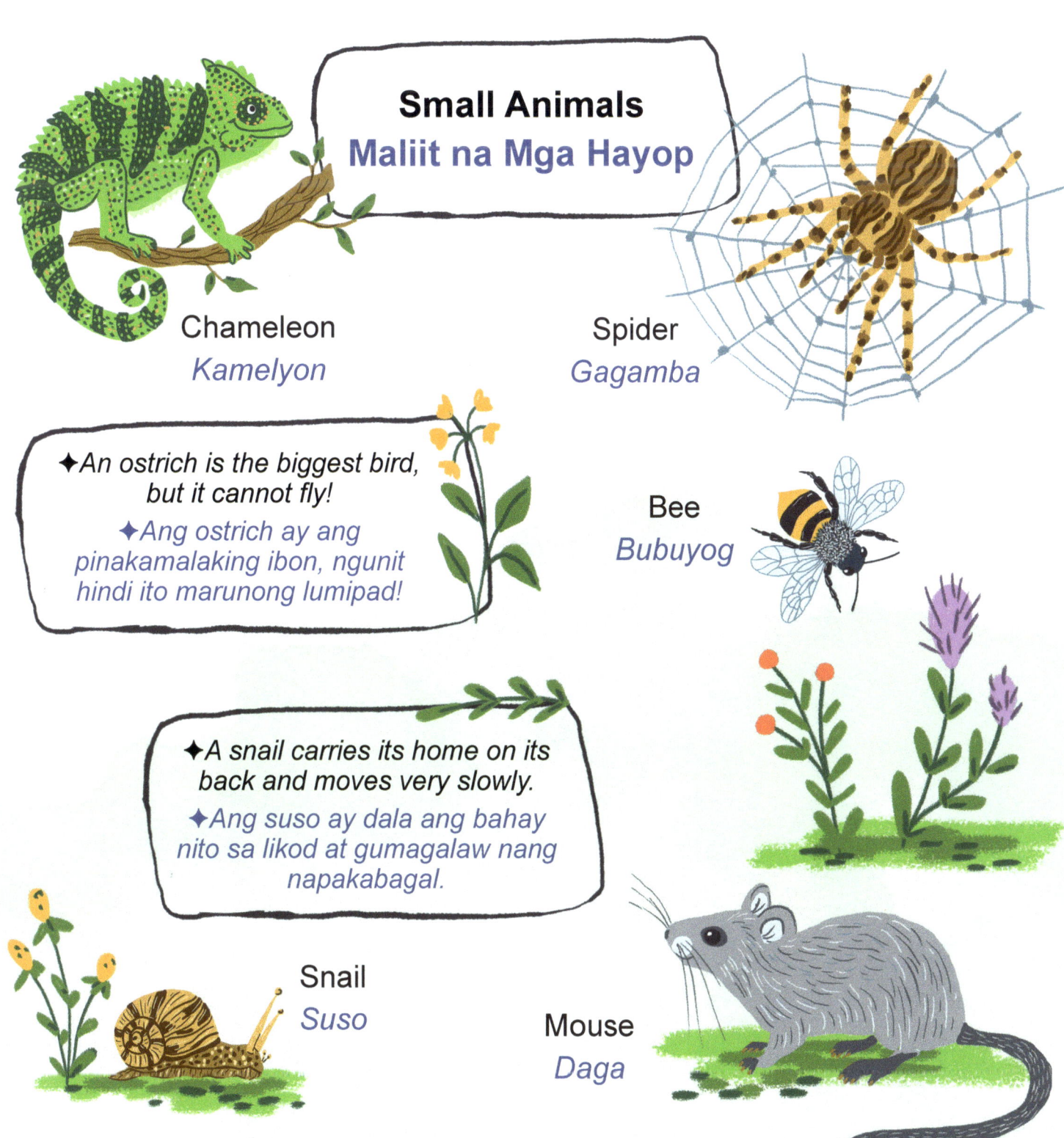

Quiet Animals
Tahimik na Mga Hayop

Turtle
Pagong

Ladybug
Ladybug

✦ A turtle can live both on land and in water.
✦ *Ang pagong ay kayang mabuhay sa lupa at sa tubig.*

Fish
Isda

Lizard
Butiki

Owl
Owl

Bat
Paniki

✦An owl hunts at night and uses its hearing to find food!
 ✦*Ang kuwago ay nangangaso sa gabi at gumagamit ng pandinig upang makahanap ng pagkain!*

✦A firefly glows at night to find other fireflies.
 ✦*Ang alitaptap ay kumikislap sa gabi upang makahanap ng ibang alitaptap.*

Raccoon
Rakun

Tarantula
Tarantula

Colorful Animals
Makukulay na mga Hayop

A flamingo is pink
Ang flamingo ay kulay rosas

An owl is brown
Ang kuwago ay kulay kayumanggi

A swan is white
Ang swan ay kulay puti

An octopus is purple
Ang pugita ay kulay ube

A frog is green
Ang palaka ay kulay berde

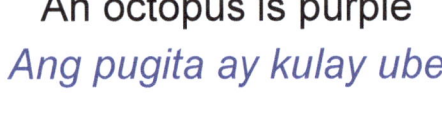

✦ A frog is green, so it can hide among the leaves.
✦ *Ang palaka ay kulay berde, kung kaya ay kaya nitong magtago sa mga dahon.*

Animals and Their Babies
Mga Hayop at ang Kanilang mga Sanggol

Cow and Calf
Baka at Bisiro

Cat and Kitten
Pusa at Kuting

✦ A chick talks to its mother even before it hatches.
✦ *Ang sisiw ay nakikipag-usap sa kanyang ina kahit hindi pa ito napipisa.*

Chicken and Chick
Manok at Sisiw

Dog and Puppy
Aso at Tuta

Butterfly and Caterpillar
Paruparo at Uod

Sheep and Lamb
Tupa at Kordero

Horse and Foal
Kabayo at Bisiro

Pig and Piglet
Baboy at Biik

Goat and Kid
Kambing at Batang Kambing

www.ingramcontent.com/pod-product-compliance
Lightning Source LLC
LaVergne TN
LVHW072059060526
838200LV00061B/4771